school - ishuri	2
travel - urugendo	5
transport - gutwara abantu n'ibintu	8
city - umugi	10
landscape - umurambi	14
restaurant - resitora	17
supermarket - amangazini manini	20
drinks - ibinyobwa	22
food - ibiribwa	23
farm - ifamu	27
house - inzu	31
living room - icyumba cy'uruganiriro	33
kitchen - igikoni	35
bathroom - ubwogero	38
kids room - icyumba cy'abana	42
clothing - imyambaro	44
office - ibiro	49
economy - ubukungu	51
occupations - imirimo	53
tools - ibikoresho	56
musical instruments - ibyuma by'umuziki	57
zoo - zoo	59
sports - Imikino	62
activities - ibikorwa	63
family - umuryango	67
body - umubiri	68
hospital - ibitaro	72
emergency - mu ndembe	76
earth - Isi	77
clock - isaha	79
week - icyumweru	80
year - umwaka	81
shapes - amaforoma	83
colors - amabara	84
opposites - ibinyuranye	85
numbers - imibare	88
languages - indimi	90
who / what / how - nde / iki / gute	91
where - hehe	92

Impressum
Verlag: BABADADA GmbH, Nedderfeld 112 , 22529 Hamburg
Geschäftsführer / Verlagsleitung: Harald Hof
Druck: Books on Demand GmbH, In de Tarpen 42, 22848 Norderstedt

Imprint
Publisher: BABADADA GmbH, Nedderfeld 112 , 22529 Hamburg, Germany
Managing Director / Publishing direction: Harald Hof
Print: Books on Demand GmbH, In de Tarpen 42, 22848 Norderstedt

school
ishuri

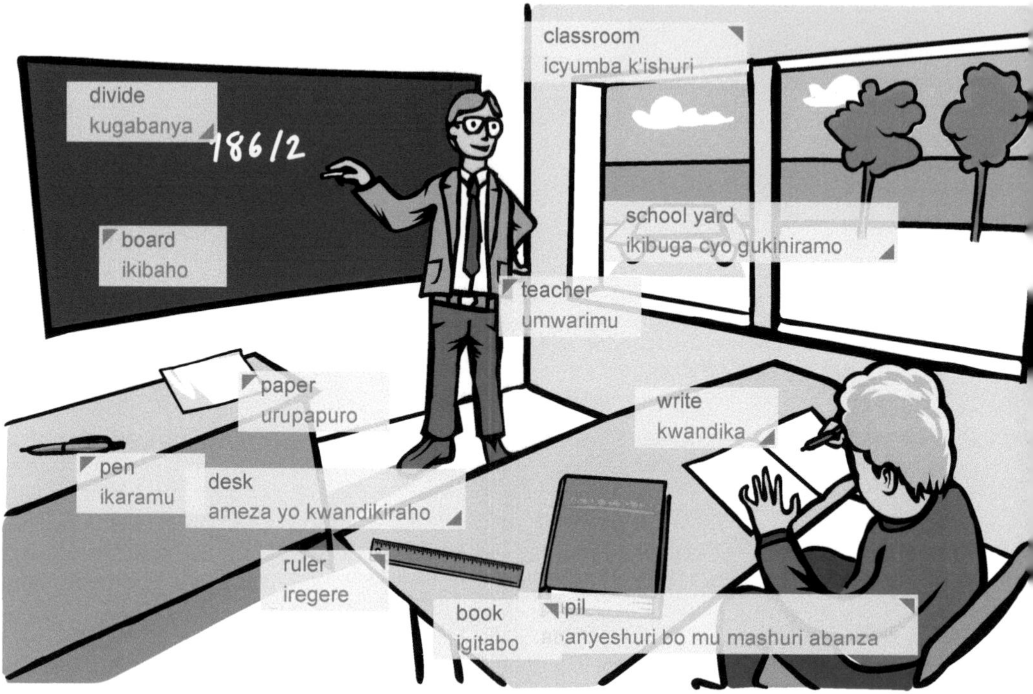
classroom
icyumba k'ishuri
divide
kugabanya
186/2
board
ikibaho
school yard
ikibuga cyo gukiniramo
teacher
umwarimu
paper
urupapuro
write
kwandika
pen
ikaramu
desk
ameza yo kwandikiraho
ruler
iregere
book
igitabo
pil
anyeshuri bo mu mashuri abanza

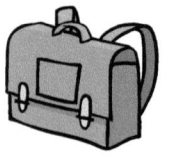

satchel

agahago k'ishuri

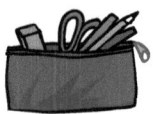

pencil case

agasanduku k'amakaramu y'igiti

pencil

ikaramu y'igiti

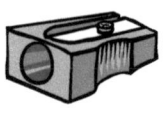

pencil sharpener

tayekereyo

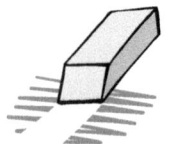

rubber

igome

drawing pad

ikayi yo gushushanya

drawing

igishushanyo

paintbrush

uburoso bwo gusigisha

paint box

agasanduku k'amarangi y'amabara

scissors

umukasi

glue

kore

exercise book

ikayi y'imyitozo

homework

umukoro w'imuhira

number

umubare

add

guteranya

subtract

gukuramo

multiply

gukuba

calculate

kubara

letter

ibaruwa

alphabet

inyuguti uko zikurikirana

word

ijambo

text
umwandiko

read
gusoma

chalk
ingwa

lesson
isomo

register
igitabo cyo
kwiyandikishamo

examination
ikizami

certificate
impamyabumenyi

school uniform
umwambaro w'ishuri

education
uburezi

encyclopedia
inkoranyamagambo

university
kaminuza

microscope
mikorosikope

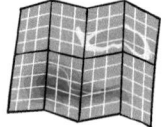

map
ikarita

waste-paper basket
pubere

travel

urugendo

Grand
hotel
hoteli
hostel
inzu y'amacumbi
ROOMS
EXCHANGE
currency exchange office
ku muvunjayi
suitcase
ivarisi
car
imodoka

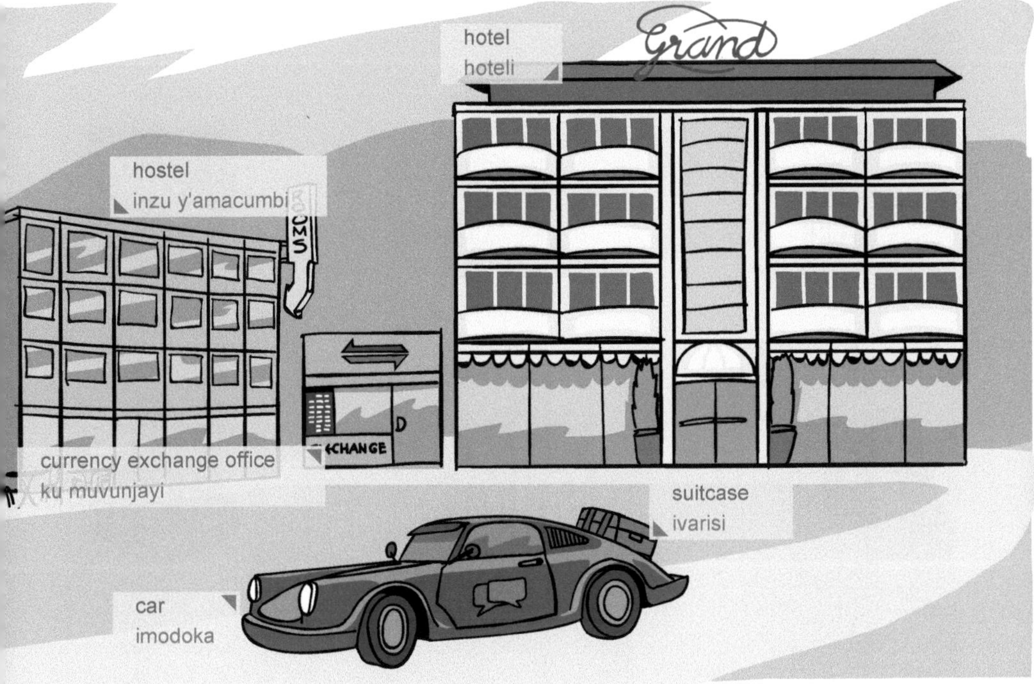

language

ururimi

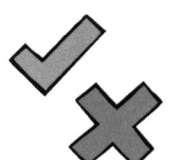

yes / no

yego / oya

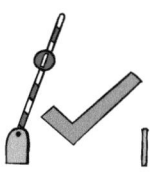

Okay

Yego

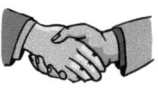

hello

bite

translator

umusemuzi

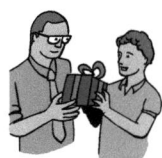

Thank you

Murakoze

how much is...?

ni angahe...?

I don't get it

Sinsobanukiwe

problem

ikibazo

Good evening!

wiriwe!

Good morning!

Waramutse

Good night!

Ijoro ryiza

goodbye

bayi

direction

ikerekezo

luggage

imizigo

bag

igikapo

backpack

igikapo baheka

guest

umushyitsi

room

icyumba

sleeping bag

agafuko baryamamo

tent

ihema

tourist information

amakuru y'ahasurwa na ba mukerarugendo

beach

ku musenyi wo ku mazi

credit card

ikarita ya banki

breakfast

funguro ryo gusamura

lunch

ifunguro rya ku manywa

dinner

ifunguro rya nimugoroba

Ticket

itike

elevator

asanseri

stamp

itembure

border

umupaka

customs

gasutamo

embassy

ambasade

visa

viza

passport

pasiporo

transport

gutwara abantu n'ibintu

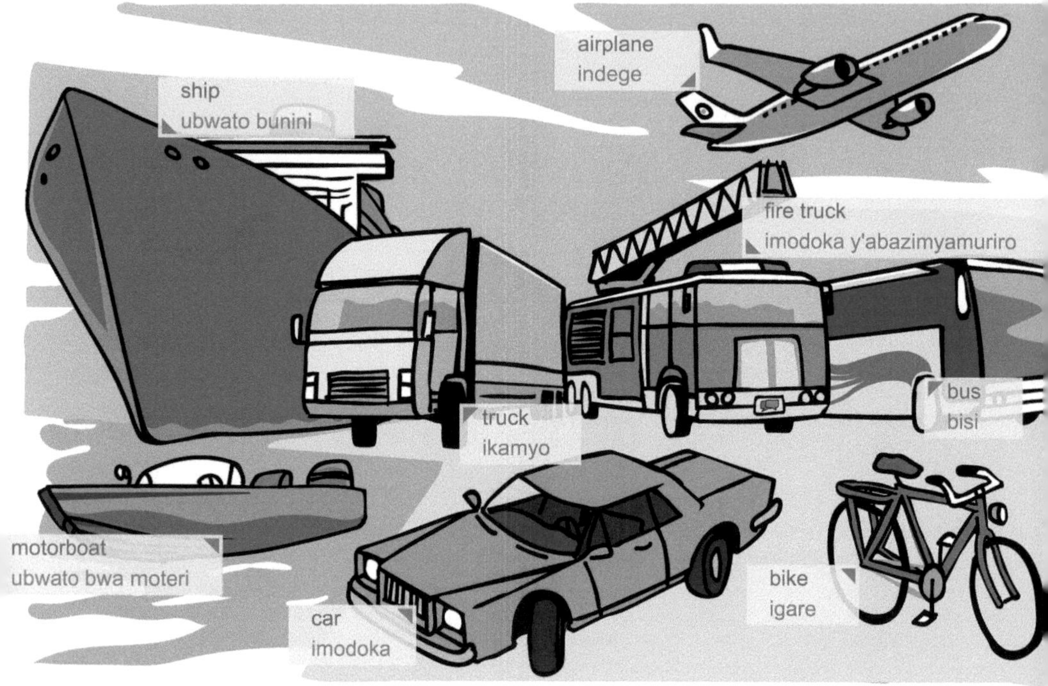
airplane
indege
ship
ubwato bunini
fire truck
imodoka y'abazimyamuriro
truck
ikamyo
bus
bisi
motorboat
ubwato bwa moteri
car
imodoka
bike
igare

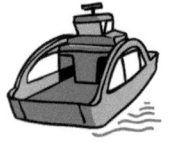

ferry

ubwato bwambutsa imizigo n'abantu

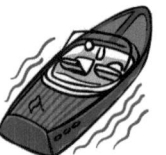

boat

ubwato

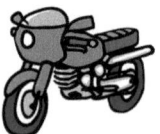

motorbike

ipikipiki

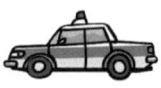

police car

imodoka ya polisi

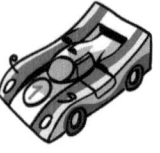

racing car

imodoka ya kuruse

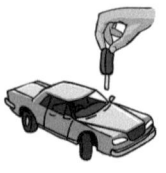

rental car

imodoka ikodeshwa

car sharing

gusangira imodoka

tow truck

imodoka iterura izindi

garbage truck

imodoka iyora imyanda

engine

moteri

fuel

lisansi

fuel station

sitasiyo ya lisansi

traffic sign

yapa kiyobora imodoka

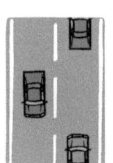

traffic

urujya n'uruza rw'imodoka

traffic jam

ambuteyaje

parking lot

parikingi y'imodoka

train station

gare ya gariyamoshi

tracks

inzira ya gariyamoshi

train

gariyamoshi

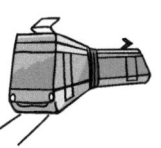

tram

bisi ikoresha
amashanyarazi

wagon

agatete k'imizigo gakururwa
n'imodoka

helicopter

kajugujugu

airport

ikibuga k'indege

tower

umunara

passenger

umugenzi

container

konteneri

carton

ikarito

cart

akagorofani ko mu iduka

basket

agaseke

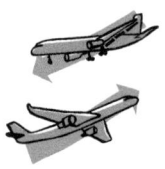

take off / land

kuguruka / kururuka

city

umugi

village

umudugudu

city center

mu mujyi rwagati

house

inzu

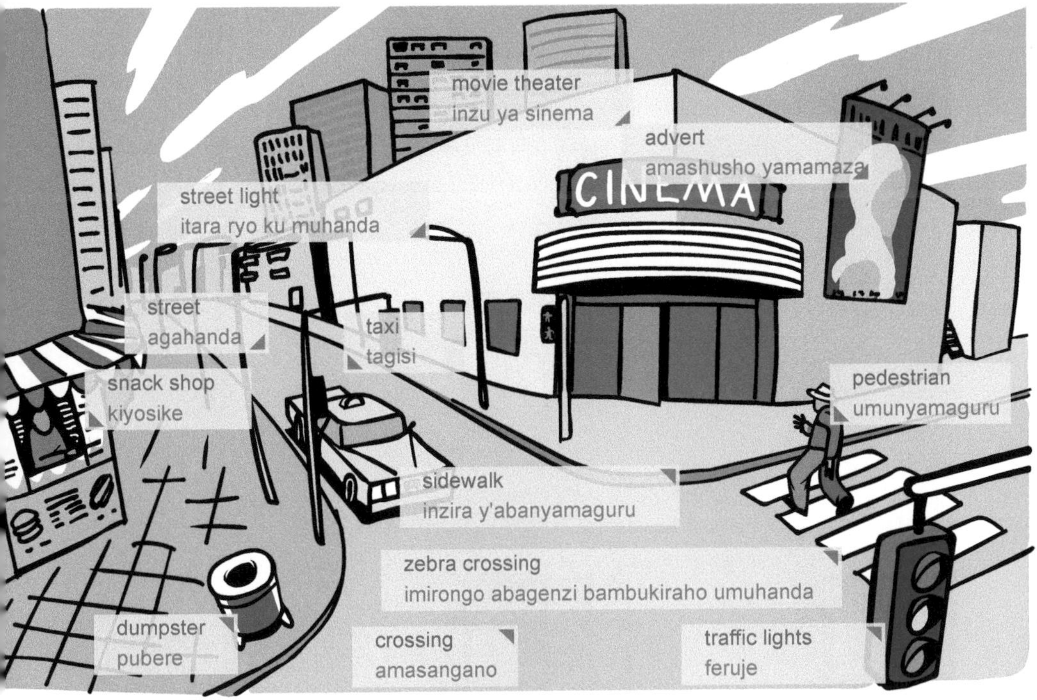

movie theater
inzu ya sinema

advert
amashusho yamamaza

street light
itara ryo ku muhanda

CINEMA

street
agahanda

taxi
tagisi

snack shop
kiyosike

pedestrian
umunyamaguru

sidewalk
inzira y'abanyamaguru

zebra crossing
imirongo abagenzi bambukiraho umuhanda

dumpster
pubere

crossing
amasangano

traffic lights
feruje

hut

akaruri

apartment

inzu ifatanye n'izindi

train station

gare ya gariyamoshi

city hall

ibiro bya meya

museum

inzu ndangamurage

school

ishuri

city - umugi

university

kaminuza

bank

banki

hospital

ibitaro

hotel

hoteli

pharmacy

farumasi

office

ibiro

book shop

inzu bagurishirizamo ibitabo

shop

iduka

flower shop

umucuruzi w'indabo

supermarket

amangazini manini

market

isoko

department store

idepo

fishmonger's shop

umucuruzi w'amafi

mall

iduka rinini

harbor

icyambu

park

parike

bench

intebe y'urubaho

bridge

iteme

stairs

amadarajya

subway

inzira yo munsi y'ubutaka

tunnel

umuhanda wo munsi
y'ubutaka

bus stop

icyapa cya bisi

bar

bare

restaurant

resitora

postbox

asanduku k'amabaruwa

street sign

icyapa cyo ku muhanda

parking meter

mubazi ya parikingi

zoo

zoo

swimming pool

pisine

mosque

umusigiti

farm
ifamu

pollution
kwangiza umwuka

cemetery
irimbi

church
ikiriziya

playground
ikibuga k'imikino

temple
urusengero

landscape
umurambi

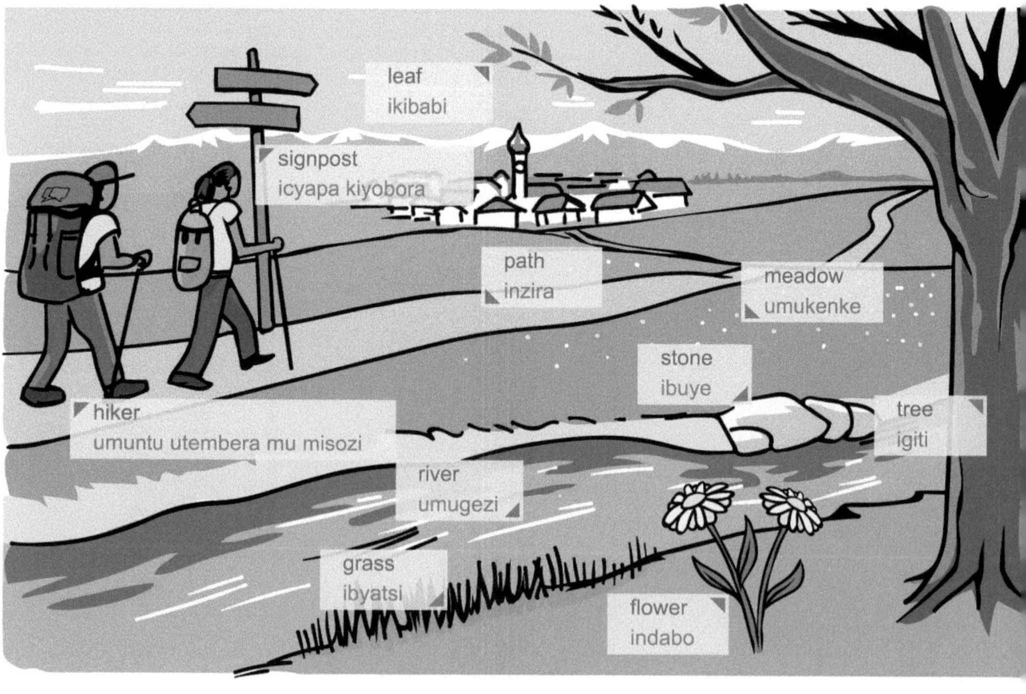

leaf
ikibabi

signpost
icyapa kiyobora

path
inzira

meadow
umukenke

stone
ibuye

tree
igiti

hiker
umuntu utembera mu misozi

river
umugezi

grass
ibyatsi

flower
indabo

valley

ikibaya

hill

agasozi

lake

ikiyaga

forest

ishyamba

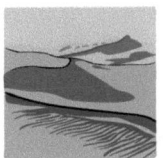

desert

ubutayu

volcano

ikirunga

castle

ingoro

rainbow

umukororombya

mushroom

icyobo

palm tree

ikigazi

mosquito

umubu

fly

isazi

ant

intozi

bee

uruyuki

spider

igitagangurirwa

beetle

ikivumvuri

frog

igikeri

squirrel

inkima

hedgehog

imbuni

hare

urukwavu

owl

igihunyira

bird

inyoni

swan

igishuhe

boar

isatura

deer

ingeragere

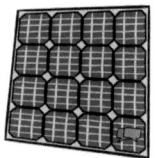

moose

impongo

dam

urugomero

wind turbine

igipanga kikaraga kikazana
umuyaga

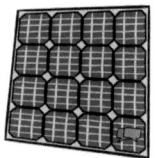

solar panel

urubaho rukurura imirasire

climate

ikirere

restaurant
resitora

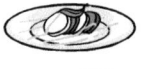

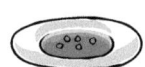

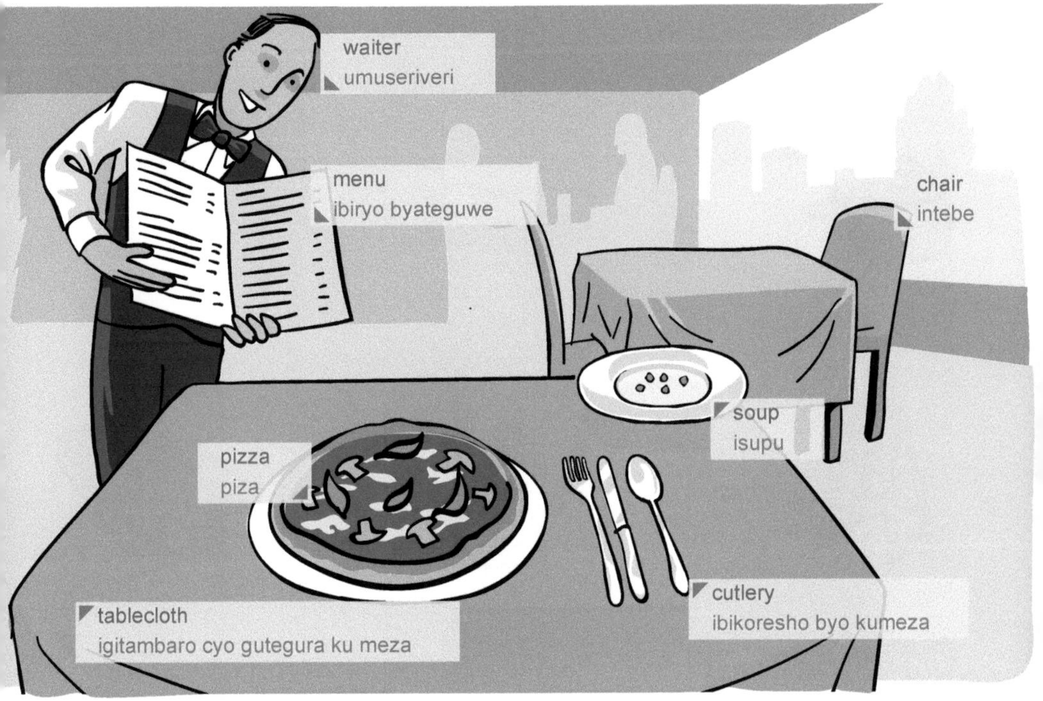

waiter
umuseriveri
menu
ibiryo byateguwe
chair
intebe
soup
isupu
pizza
piza
tablecloth
igitambaro cyo gutegura ku meza
cutlery
ibikoresho byo kumeza

starter
....
aperitifu

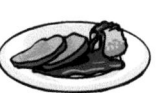

main course
....
isahani nkuru

dessert
....
deseri

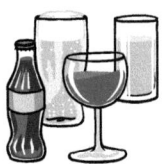

drinks
....
ibinyobwa

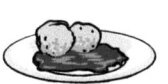

food
....
ibiribwa

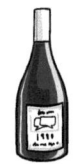

bottle
....
icupa

fast food

ibiryo barya bagenda

street food

ibiryo byo kumuhanda

teapot

ibirika y'icyayi

sugar bowl

agakombe k'isukari

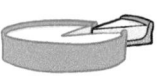

portion

isahani y'ibiryo

espresso machine

imashini y'ikawa ya
esipereso

high chair

intebe ndende

bill

inyemezabuguzi

tray

ipurato

knife

icyuma

fork

ikanya

spoon

ikiyiko

teaspoon

akayiko k'icyayi

serviette

seriviyete

glass

ikirahure cyo kunywesha

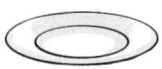

plate

isahani

soup plate

isahani y'isupu

saucer

agasutasi

sauce

isosi

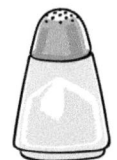

salt shaker

agacupa k'umunyu

pepper mill

agasekuru k'urusenda

vinegar

vinegere

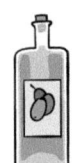

oil

amavuta

spices

ibirunge

ketchup

kecapu

mustard

mutaride

mayonnaise

mayonezi

supermarket
amangazini manini

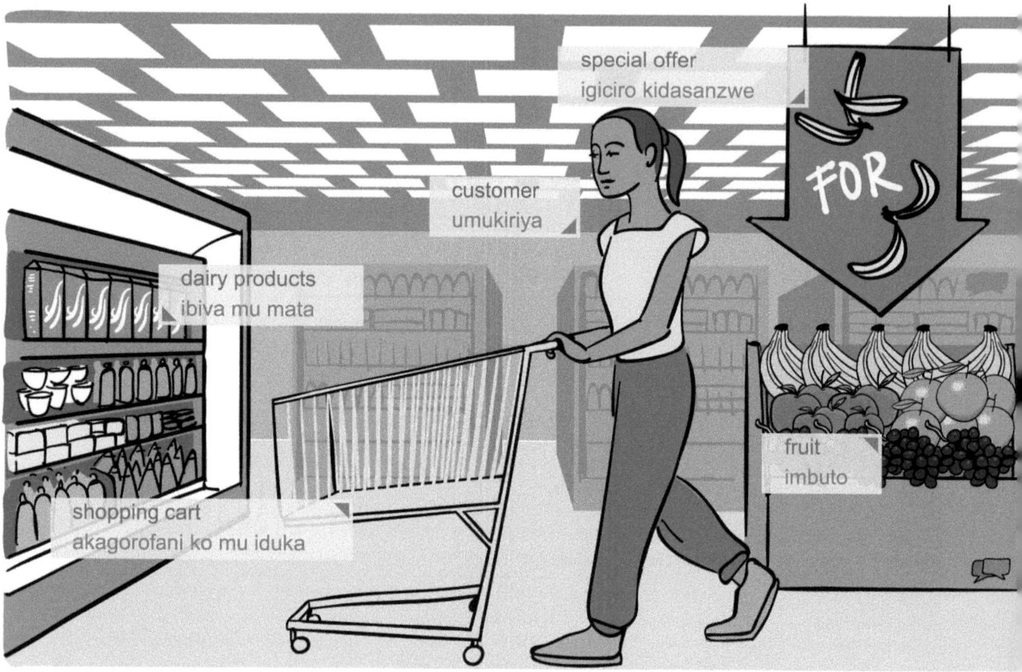

special offer
igiciro kidasanzwe
FOR
customer
umukiriya
dairy products
ibiva mu mata
fruit
imbuto
shopping cart
akagorofani ko mu iduka

BUTCHERS

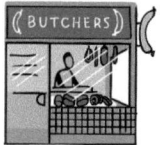

butcher's shop

busheri

BAKERY

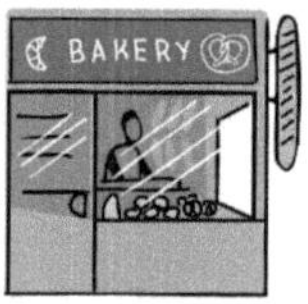

bakery

buranjeri

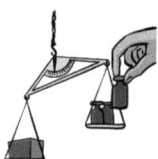

weigh

gupima ibiro

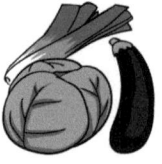

vegetables

imboga

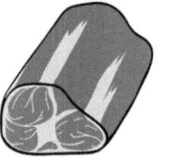

meat

inyama

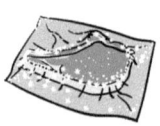

frozen food

ibiryo bakonjesheje

cold cuts
inyama zikonje

canned food
ibiryo byo mu makopo

detergent
isabune y'ifu

candy
bombo

household products
ibikoresho byo mu rugo

cleaning products
imiti isukura

sales representative
umucuruzikazi

cash register
kukesa

cashier
umubitsi

shopping list
urutonde rwo guhaha

opening hours
amasaha haba hafunguye

wallet
ipotomoni

credit card
ikarita ya banki

bag
umufuka

plastic bag
imifuko ya pulasitike

water
amazi

juice
umutobe

milk
amata

coke
koka

wine
divayi

beer
byeri

alcohol
inzoga

cocoa
shokora ishyushye

tea
icyayi

coffee
ikawa

espresso
ikawa ya esipereso

cappuccino
kapucino

banana

umuneke

apple

pome

orange

icunga

melon

wotameloni

lemon

indimu

carrot

karoti

garlic

tungurusumu

bamboo

umugano

onion

urutunguru

mushroom

icyoba

nuts

ubunyobwa

noodles

amakaroni

spaghetti

spageti

rice

umuceri

salad

salade

fries

udufiriti

fried potatoes

ibirayi by'ifiriti

pizza

piza

hamburger

hamburugeri

sandwich

sanduwici

escalope

escalope

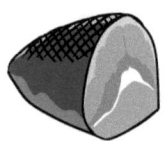

ham

jambo

salami

salami

sausage

sosiso

chicken

inkoko

roast

kotsa

fish

ifi

porridge oats

igikoma cy'uburo

muesli

pisitashi

cornflakes

impeke

flour

ifu

croissant

kuruwasa

bread roll

amandazi

bread

umugati

toast

umugati wumishijwe

cookies

ibisuguti

butter

amavuta

curd

forumaje year

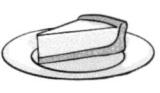

cake

keke

egg

igi

fried egg

umureti

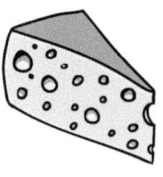

cheese

forumaje

ice cream

ayisikirimu

sugar

isukari

honey

ubuki

jelly

konfitire

nougat cream

shokora

curry

kiri

farm
ifamu

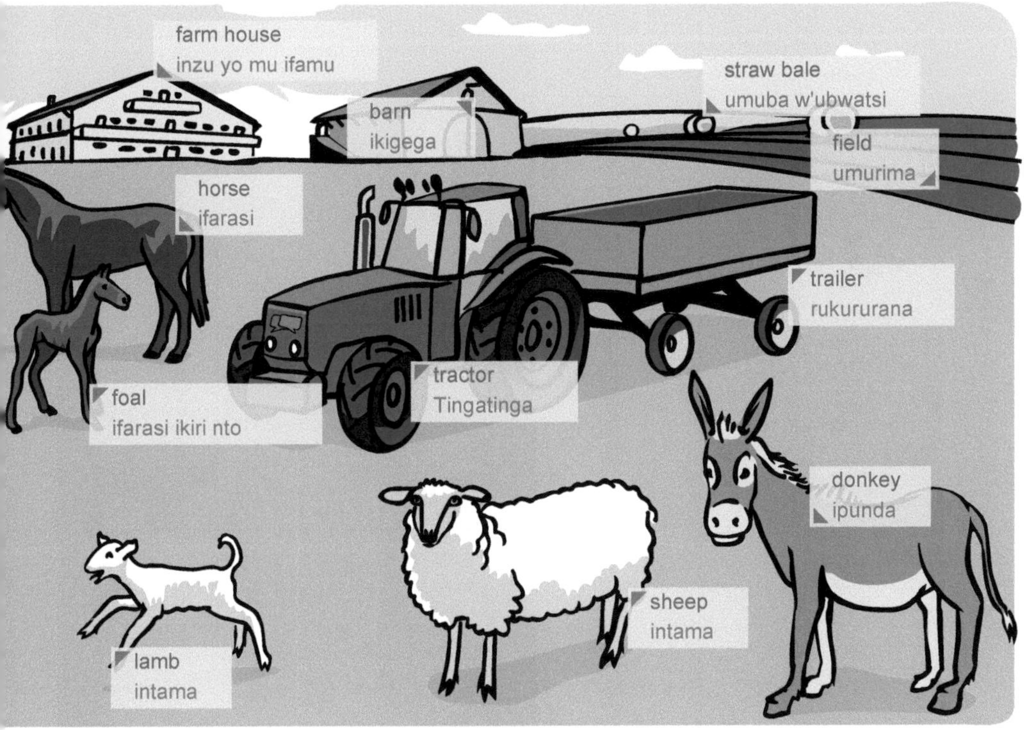

farm house
inzu yo mu ifamu
straw bale
umuba w'ubwatsi
barn
ikigega
field
umurima
horse
ifarasi
trailer
rukururana
tractor
Tingatinga
foal
ifarasi ikiri nto
donkey
ipunda
sheep
intama
lamb
intama

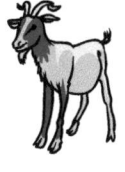

goat

ihene

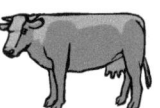

cow

inka

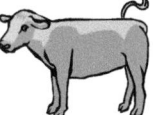

calf

umutavu

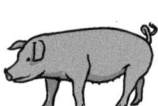

pig

ingurube

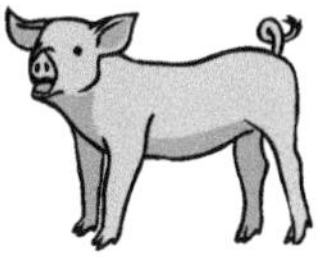

piglet

ikibwana k'ingurube

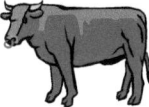

bull

ikimasa

goose

igishuhe

duck

imbata

chick

umushwi

hen

inkokokazi

cockerel

isake

rat

imbeba

cat

injangwe

mouse

imbeba

ox

ikimasa

dog

imbwa

dog house

ikiruka

garden hose

itiyo ijyana mu karima

watering can

arozuwari

scythe

najuru

plow

imashini ihinga

sickle

najuru

hoe

isuka

pitchfork

rato

axe

ishoka

pushcart

ingorofani

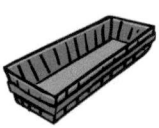

trough

ikibumbiro

milk can

inkongoro

sack

igunira

fence

urugo

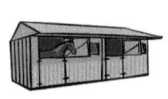

stable

ikiraro

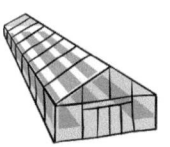

greenhouse

inzu ihingwamo

soil

ubutaka

seed

imbuto zo gutera

fertilizer

ifumbire

combine harvester

imashini isarura

farm - ifamu

harvest

gusarura

harvest

umusaruro

yams

ibikoro

wheat

ingano

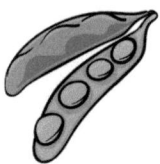

soya

soya

potato

ikirayi

corn

ikigori

rapeseed

umwayi weze

fruit tree

igiti k'imbuto

manioc

umwumbati

grain

impeke

house
inzu

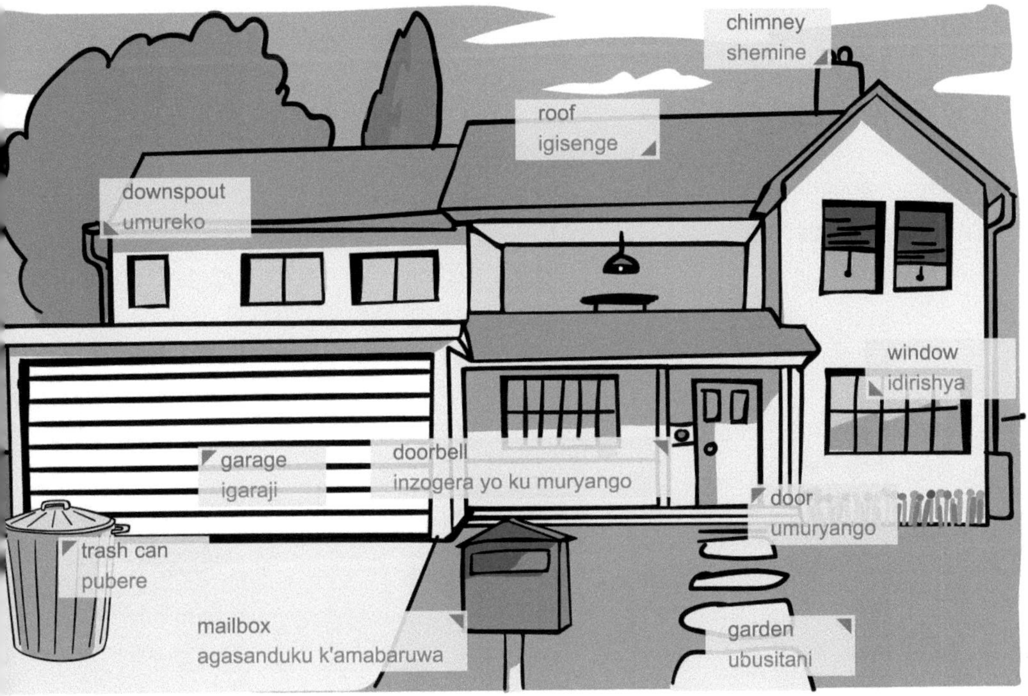

chimney
shemine
roof
igisenge
downspout
umureko
window
idirishya
garage
igaraji
doorbell
inzogera yo ku muryango
door
umuryango
trash can
pubere
mailbox
agasanduku k'amabaruwa
garden
ubusitani

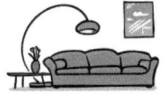

living room

cyumba cy'uruganiriro

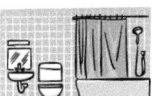

bathroom

ubwogero

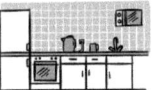

kitchen

igikoni

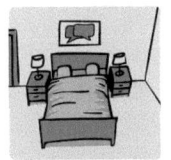

bedroom

cyumba cyo kuraramo

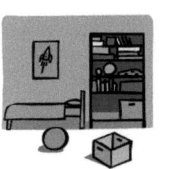

kids room

icyumba cy'abana

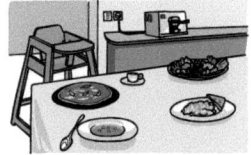

dining room

uburiro

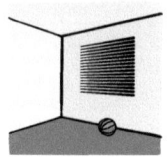

floor

hasi

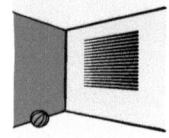

wall

urukuta

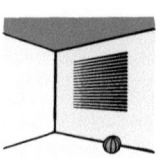

ceiling

purafo

cellar

kave

sauna

sawuna

balcony

urubaraza

terrace

ku rubaraza

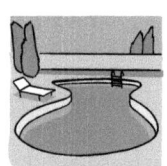

pool

pisine

lawn mower

imashini ikupakupa

sheet

umwenda utwikira

bedspread

kuvureri

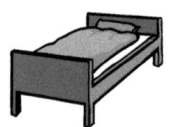

bed

igitanda

broom

umweyo

bucket

indobo

switch

enteributeri

living room
icyumba cy'uruganiriro

wallpaper
urupapuro rwomekwa ku rukuta
picture
ifoto
lamp
itara
shelf
etajere
cabinet
akabati
television
televiziyo
fireplace
shemine
flower
indabo
cushion
umusego
sofa
ifoteyi nini
vase
icyungo k'indabo
remote control
terekomande

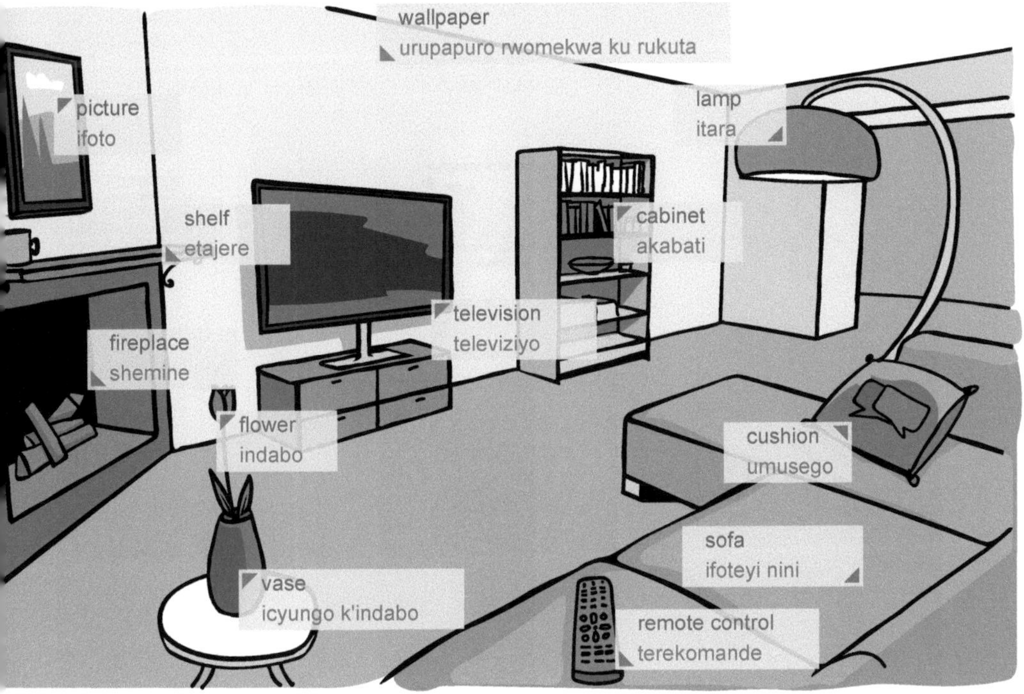

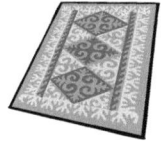

carpet

itapi

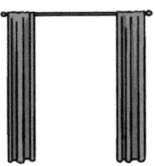

drape

rido

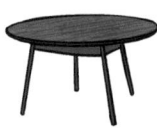

table

ameza

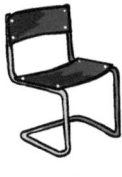

chair

intebe

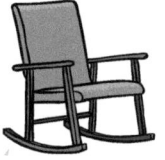

rocking chair

intebe yizengurutsa

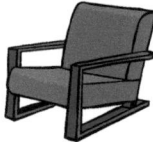

armchair

ifoteyi

book
igitabo

blanket
uburingiti

decoration
umutako

firewood
inkwi

film
filimi

stereo system
ibikoresho bya hifi

key
urufunguzo

newspaper
ikinyamakuru

painting
ishusho

poster
icyapa

radio
iradiyo

notebook
ikarine

vacuum cleaner
umweyo wa kizungu
ukoresha umwka

cactus
ikimungu

candle
buji

kitchen
igikoni

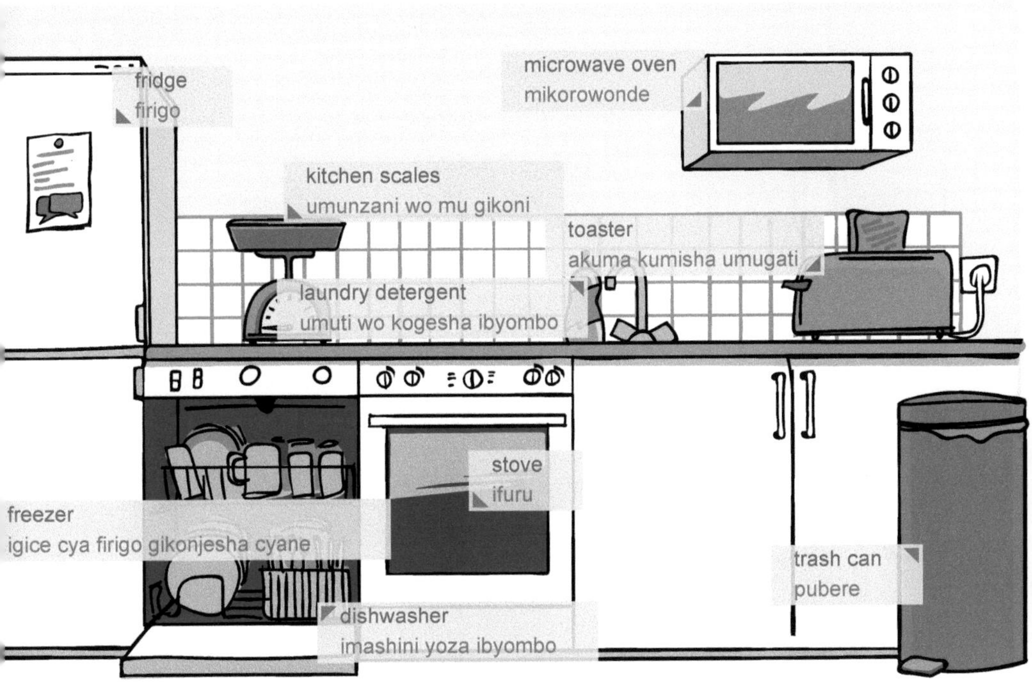

fridge
firigo
microwave oven
mikorowonde
kitchen scales
umunzani wo mu gikoni
toaster
akuma kumisha umugati
laundry detergent
umuti wo kogesha ibyombo
stove
ifuru
freezer
igice cya firigo gikonjesha cyane
trash can
pubere
dishwasher
imashini yoza ibyombo

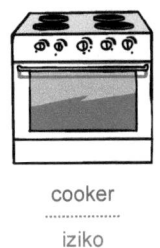

cooker

iziko

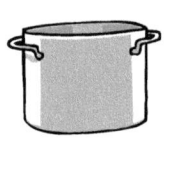

pot

icyungo

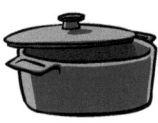

cast-iron pot

inkono y'icyuma

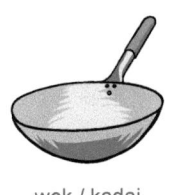

wok / kadai

ipanu ifukuye cyane

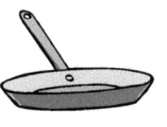

pan

ipanu

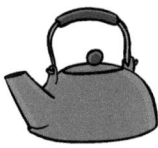

kettle

ibirika

steamer

isafuriya ya peresiyo

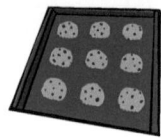

baking tray

isahani yo mu ifuru

crockery

ibyombo

mug

igikombe

bowl

isorori

chopsticks

uduti abashinwa barisha

ladle

ikiyiko kigabura

spatula

Ikiyiko cyarura ifiriti

whisk

umutozo

strainer

paswari

sieve

akayunguruzo

grater

agaharuzo ka karoti

mortar

isekuru

barbecue

icyokezo

fireplace

shomine

chopping board

kabaho ko gukatiraho imboga

rolling pin

umwuko

corkscrew

urufunguzo rwa divayi

can

agakopo

can opener

urufunguzo rw'amakopo

oven cloth

umukondo w'icyungo

sink

ravabo

brush

uburoso

sponge

iponji

blender

mixer

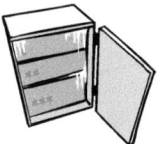

deep freezer

firigo itambitse

baby bottle

bibero

tap

robine

bathroom

ubwogero

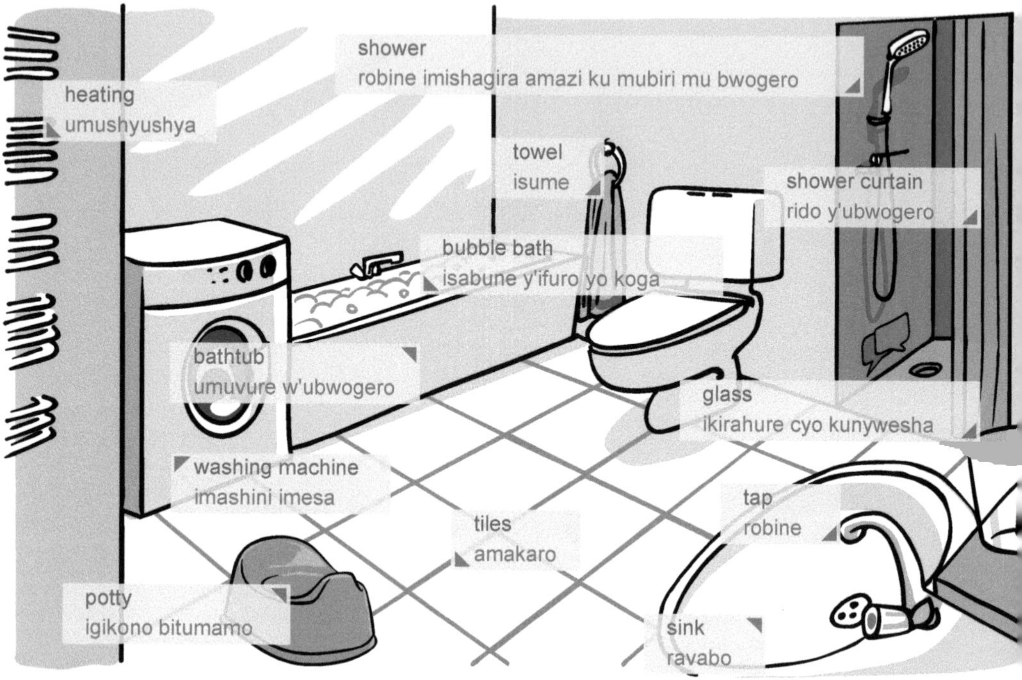

shower
robine imishagira amazi ku mubiri mu bwogero
heating
umushyushya
towel
isume
shower curtain
rido y'ubwogero
bubble bath
isabune y'ifuro yo koga
bathtub
umuvure w'ubwogero
glass
ikirahure cyo kunywesha
washing machine
imashini imesa
tap
robine
tiles
amakaro
potty
igikono bitumamo
sink
ravabo

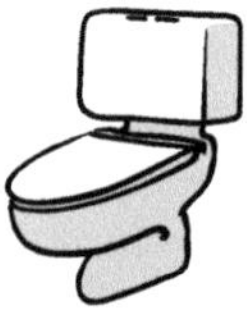

toilet

ubwiherero

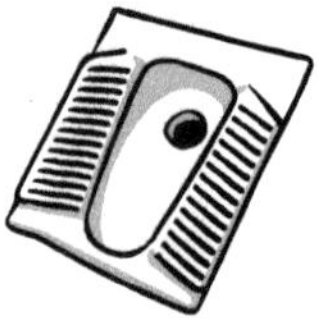

squat toilet

umusarani wo gusutama

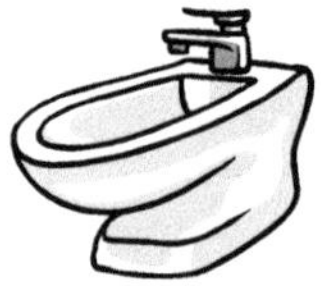

bidet

igikono cy'ubwiherero bwo mu nzu

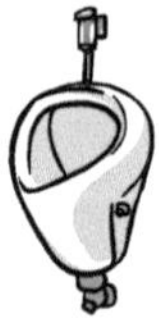

urinal

aho bihagarika

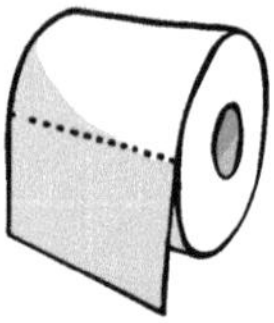

toilet paper

papiyejenike

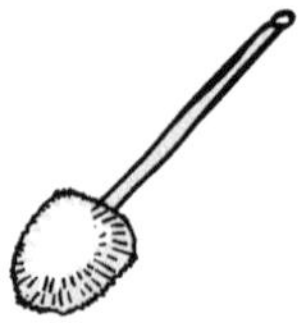

toilet brush

uburoso bwo mu bwiherero

toothbrush

uburoso bw'amenyo

toothpaste

korogati

dental floss

akagozi ko kwihaganyuza
amenyo

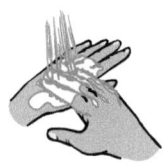

wash

gukaraba

hand shower

akamishagira amazi ku
mubiri bafata mu ntoki

douche

ubwogero bw'amazi yisuka

basin

abo bakarabiramo intoki

back brush

uburoso bwo kwitsiritisha
mu mugongo

soap

isabune

shower gel

abune yo mu bwogero

shampoo

isabune yo kumeshesha
umusatsi

flannel

icyangwe cyo kwiyuhagiza

drain

yobora amazi yanduye

creme

ikimuri

deodorant

umubavu

mirror
ikirori cyo mu ntoki

hand mirror
ikirori cyo mu ntoki

razor
urwembe

shaving foam
ifuro ryo kurinda imiburu

aftershave
umuti ukingira imiburu

comb
igisokozo

brush
uburoso

hair-dryer
imashini yumisha umusatsi

hairspray
amarashi y'umusatsi

makeup
igishahuro cyo kwitera

lipstick
rujalevure

nail varnish
verini y'inzara

cotton wool
ipamba

nail scissors
agasena inzara

perfume
umubavu

washbag

afuka k'ibikoresho byo
mu bwogero

stool

intebe

weighing scales

umunzani

bathrobe

kanzu yo kujyana mu
bwogero

rubber gloves

udupfukantoki two
gusukuza

tampon

urubindo

sanitary towel

udupapuro two
hanaguza mu bwiherero

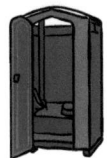

chemical toilet

ubwiherero bwimukanwa

kids room
icyumba cy'abana

alarm clock
inzogera y'isaha ikangura
cuddly toy
igipupe gikoze mu myenda
toy car
udukinisho tw'imodoka
rattle
ikinyuguri
doll's house
inzu y'ibipupe
present
impano

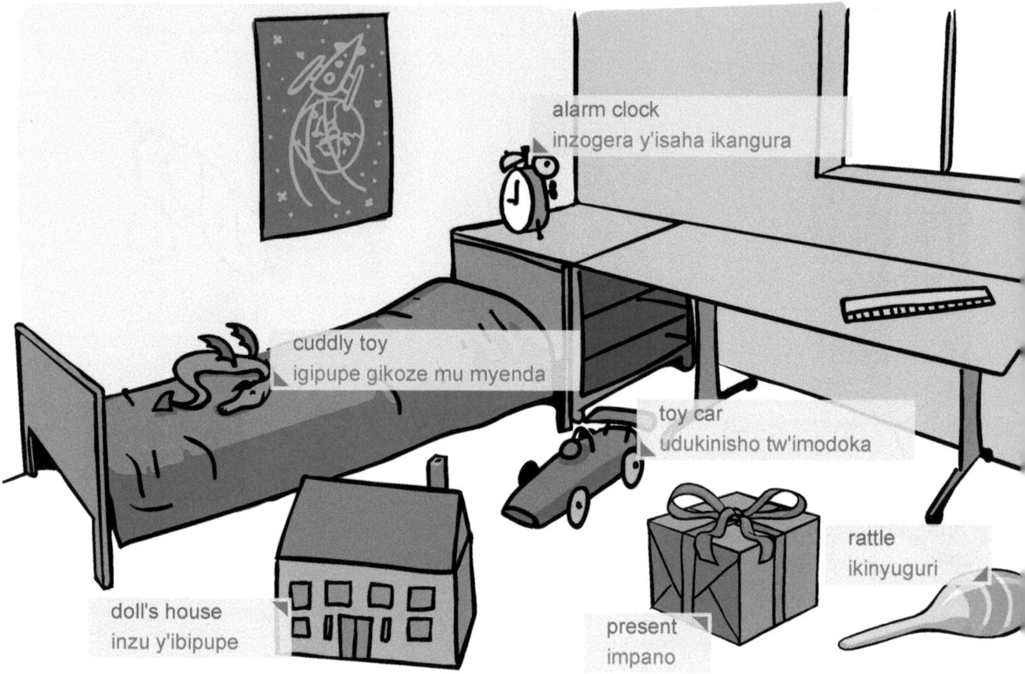

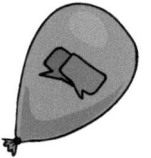

balloon
ballon

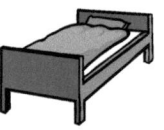

bed
igitanda

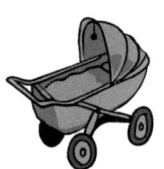

stroller
agapusipusi

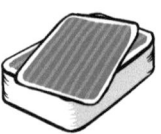

deck of cards
amakarita

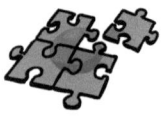

jigsaw
kubaka ishusho bacagaguye

SUPER MEGA
comic
inkuru isetsa

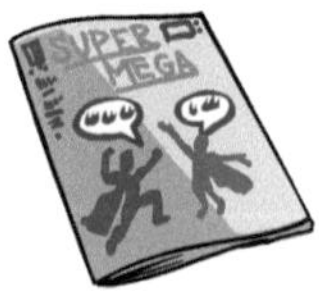

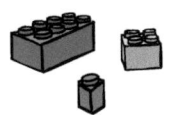

lego bricks

ucomekanya udutafari

toy blocks

udutafari tw'udukinisho

action figure

igikinisho

romper suit

ipinjama y'uruhinja

frisbee

gutera indege

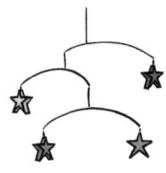

mobile

terefoni ngendanwa

board game

nikino yo kuganiriraho

dice

igisoro

model train set

gariyamoshi y'igikinisho

pacifier

ikinyonyo

party

umunsi mukuru

picture book

arubumu

ball

umupira

doll

agapupe

play

gukina

sandpit

igikarito cy'umucanga

swing

urwicundo

toys

ibikinisho

video game console

agasanduku k'imikino yo
kuri videwo

tricycle

akagare k'imipine itatu

teddy bear

igipupe k'ibyoya

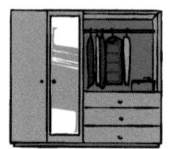

wardrobe

akabati k'imyenda

clothing

imyambaro

socks

amasogisi

stockings

amasogisi afatanye n'ikariso

tights

kora

scarf
akitero

belt
umukandara

umbrella
umutaka

t-shirt
agapira ko hejuru

boots
bote

slippers
inkweto zo kubyukana

sneakers
superese

sandals
isandari

shoes
inkweto

rubber boots
bote za kawucu

underwear
imyenda y'imbere

bra
isutiye

undershirt
isengeri

clothing - imyambaro

body

body

pants

ipantalo

jeans

ikoboyi

skirt

ijipo

blouse

ishati y'abagore

shirt

ishati

pullover

umupira w'imbeho

sweater

umupira w'ingofero

blazer

agakoti

jacket

ijaketi

coat

ikoti

raincoat

ikoti ry'imvura

costume

umwambaro w'ibikino

dress

ikanzu

wedding dress

ikanzu y'abageni

suit

kostitimu

nightgown

ikanzu yo kurarana

pajamas

ipinjama

sari

ukenyero w'abahindikazi

headscarf

igitambaro cyo mu mutwe

turban

urugori

burka

nwitandiro uhisha isura

kaftan

ikanzu ndende

abaya

igishura

swimsuit

imyenda yo
kwidumbaguzanya

trunks

ikariso yo
kwidumbaguzanya

shorts

ikabutura

tracksuit

tereningi

apron

itaburiya

gloves

udupfukantoki

button
igipesu

glasses
amadarubindi

bracelet
igikomo

necklace
umukufi

ring
impeta

earring
iherena

cap
ingofero

coat hanger
porutemanto

hat
ingofero

tie
karuvati

zip
imashini yo ku mwenda

helmet
kasike

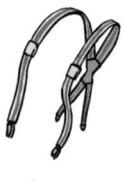

braces
amaburuteri

school uniform
umwambaro w'ishuri

uniform
impuzankano

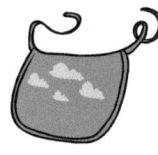

bib

agakingirankonda

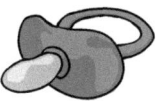

pacifier

ikinyonyo

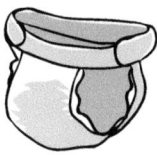

diaper

amaranje

office
ibiro

server
seriveri
filing cabinet
akabati k'impapuro
aper
rupapuro
printer
empirimante
monitor
ekara
mouse
suri
desk
ameza yo kwandikiraho
folder
karaseri
keyboard
karaviye
chair
intebe
waste-paper basket
pubere
computer
mudasobwa

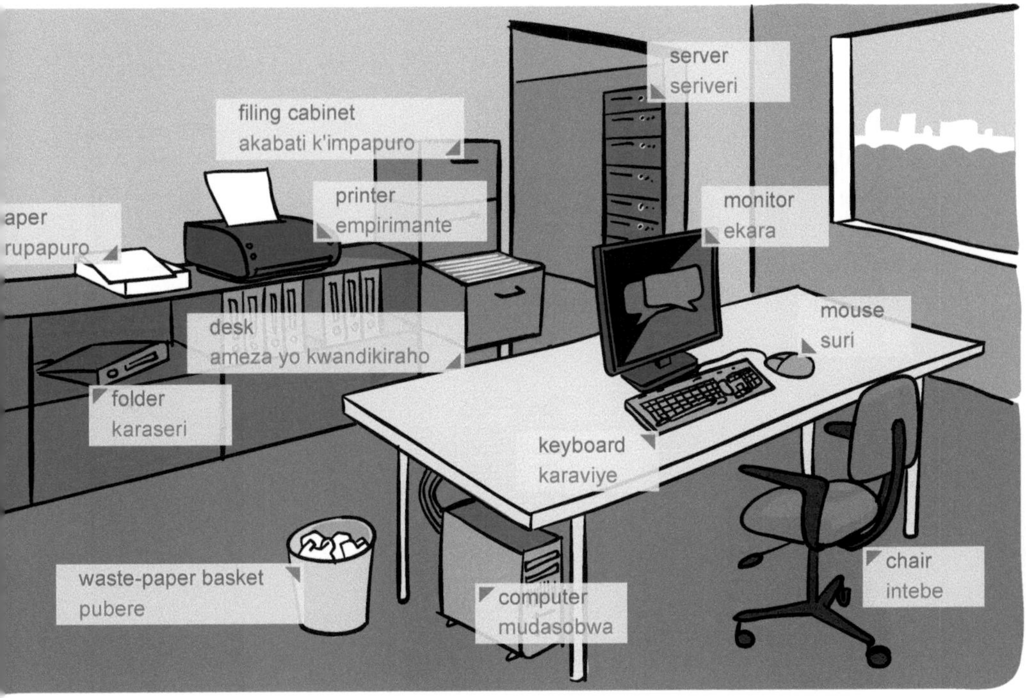

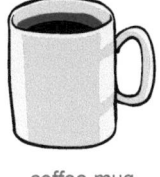

coffee mug

igikombe k'ikawa

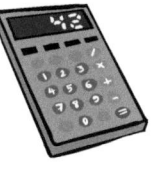

calculator

akabarisho

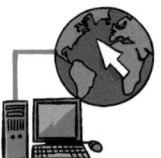

internet

enterineti

laptop

laputopu

letter

ibaruwa

message

ubutumwa

cell phone

ngendanwa

network

netiwake

photocopier

fotokopiyeze

software

porogaramu

telephone

telefoni

plug socket

purize

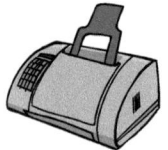

fax machine

imashini yohereza fagisi

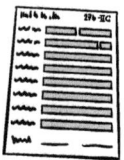

form

fomu

document

inyandiko

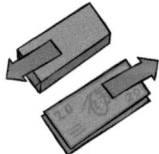

buy

kugura

pay

kwishyura

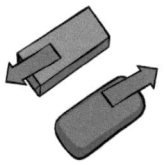

trade

gucuruza

money

amafaranga

dollar

idorari

euro

iyero

yen

iyeni

rouble

irubure

Swiss franc

ifaranga ry'irisuwisi

renminbi yuan

iriyuwani

rupee

irupi

cash point

icyuma cya banki
babikurizaho

currency exchange office

ku muvunjayi

gold

zahabu

silver

feza

oil

peteroli

energy

ingufu z'amashanyarazi

price

igiciro

contract

kontaro

tax

tagisi

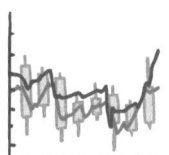

stock

isoko ryo kugura no kugurisha

work

gukora

employee

umukozi

employer

umukoresha

factory

uruganda

shop

iduka

economy - ubukungu

occupations
imirimo

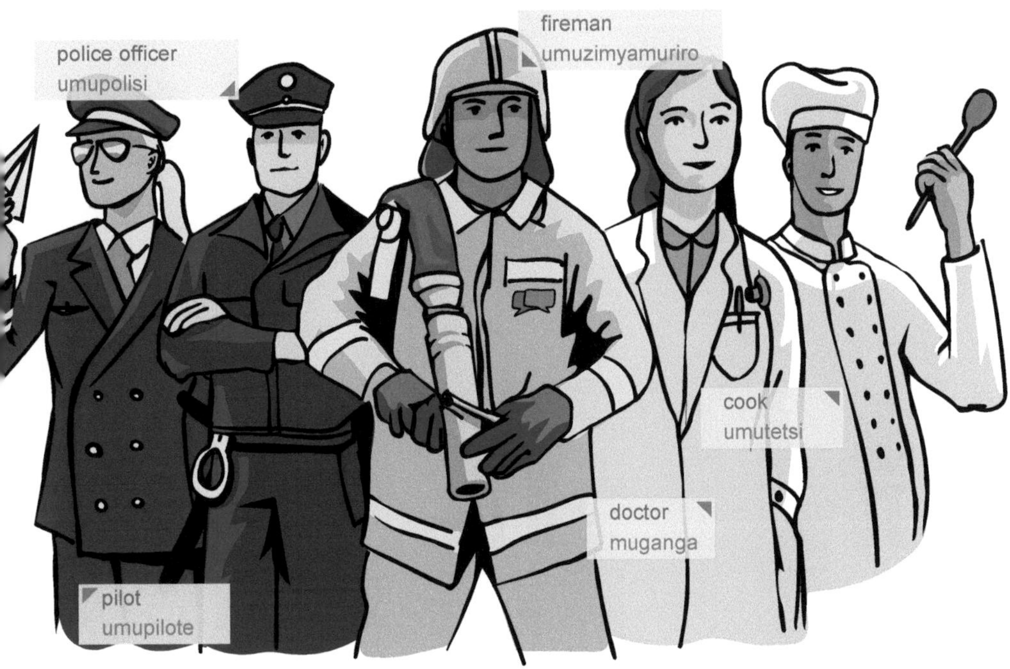
police officer
umupolisi
fireman
umuzimyamuriro
cook
umutetsi
doctor
muganga
pilot
umupilote

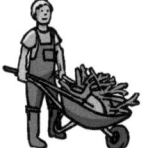

gardener

umujaridiniye

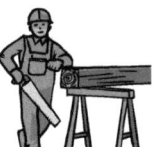

carpenter

umubaji

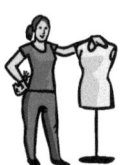

seamstress

umudozi

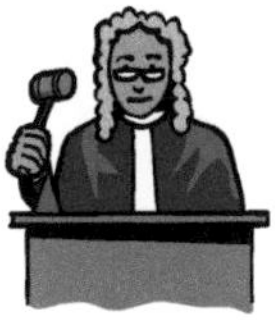

judge

umucamanza

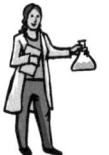

chemist

umunyabutabire

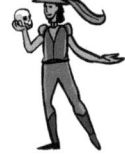

actor

umukinnyi wa filimi

bus driver

umushoferi wa bisi

taxi driver

umushoferi wa tagisi

fisherman

umurobyi

cleaning lady

umugore ushinzwe gukora
isuku

roofer

umufundi usakara

waiter

umuseriveri

hunter

umuhigi

painter

umuntu usiga irangi

baker

Umuntu ukora imigati

electrician

Umuntu ukora mu
mashanyarazi

builder

umufundi

engineer

injenyeri

butcher

umubazi

plumber

umutnu ukora mu mazi

postman

umuparanto

soldier

umusirikare

architect

umwubatsi

cashier

umubitsi

florist

ıntu ukora mu by'indabo

hairdresser

kimyozi

conductor

komvuwayeri

mechanic

umukanishi

captain

kapiteni

dentist

muganga w'amenyo

scientist

ımuhanga muri siyansi

rabbi

rabi

imam

imamu

monk

umumwane

pastor

umuyobozi w'idini

tools
ibikoresho

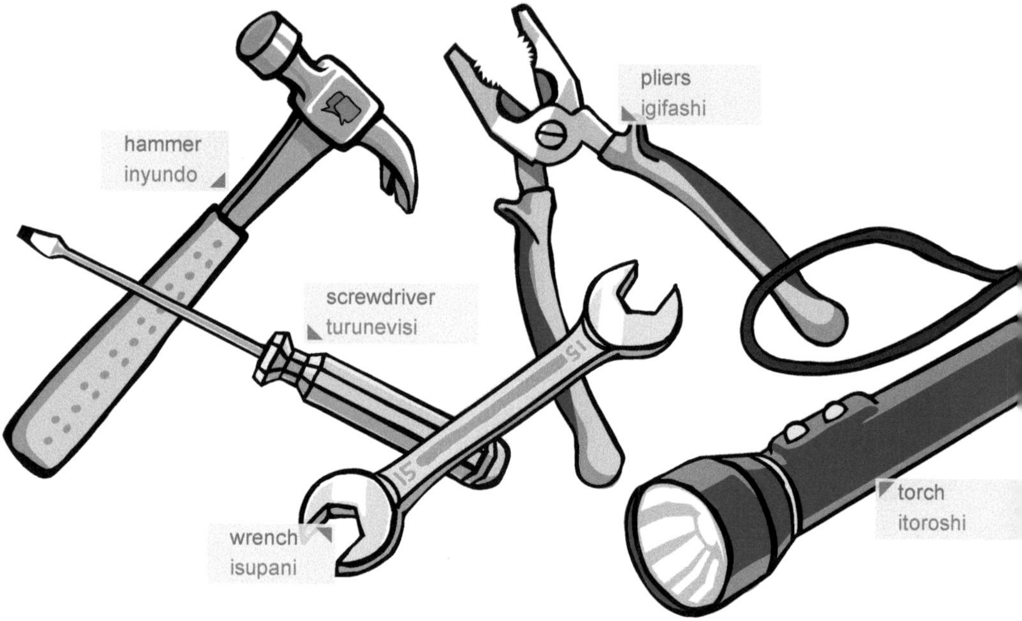
hammer
inyundo
pliers
igifashi
screwdriver
turunevisi
wrench
isupani
torch
itoroshi

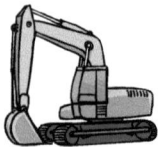

excavator
ipiki

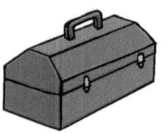

toolbox
isanduku y'ibikoresho

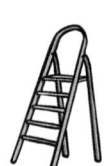

ladder
urwego

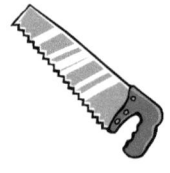

saw
urukero

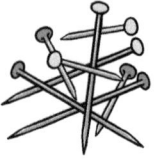

nails
imisumari

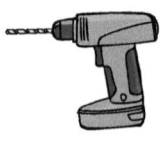

drill
itindo

repair

gusana

shovel

igitiyo

Damn!

wo gacwa we

dustpan

igitiyo

paint can

igikombe k'irangi

screws

amavisi

musical instruments
ibyuma by'umuziki

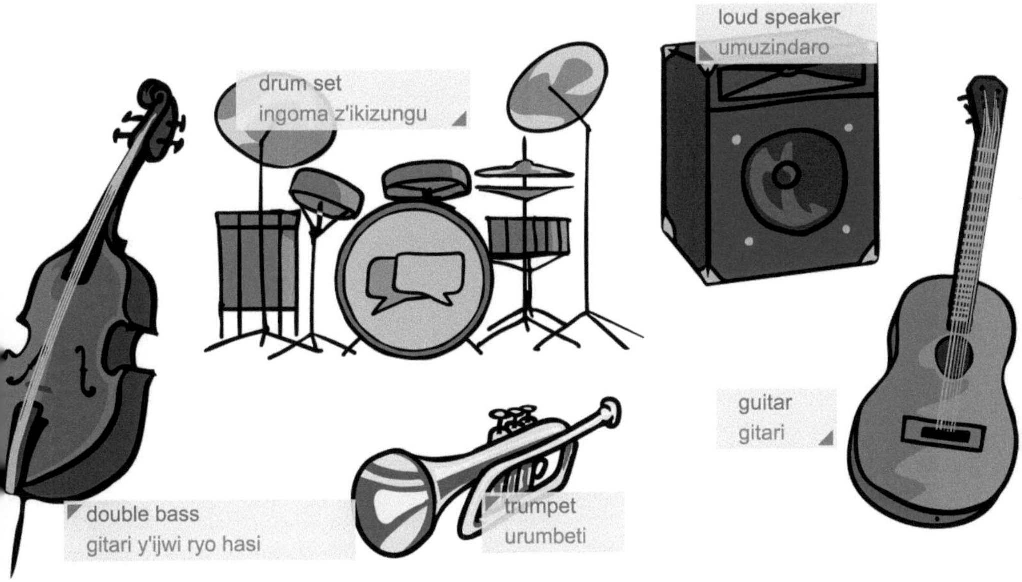

loud speaker
umuzindaro

drum set
ingoma z'ikizungu

guitar
gitari

double bass
gitari y'ijwi ryo hasi

trumpet
urumbeti

piano

piyano

violin

iningiri

bass

gitari idunda

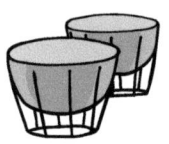

timpani

sembare

drums

ingoma

keyboard

inanga ya kizungu

saxophone

sagisofone

flute

umwirongi

microphone

indangururamajwi

ZOO

ZOO

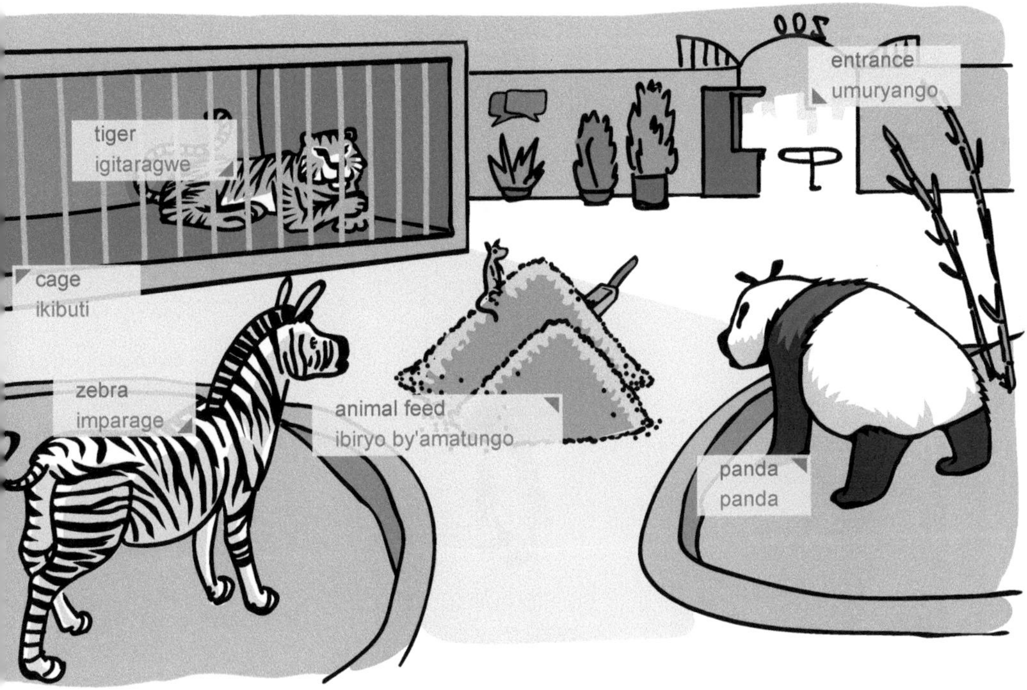
zoo
entrance
umuryango
tiger
igitaragwe
cage
ikibuti
zebra
imparage
animal feed
ibiryo by'amatungo
panda
panda

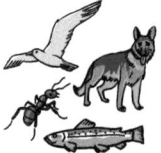

animals
inyamaswa

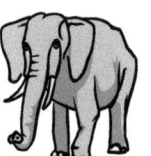

elephant
inzovu

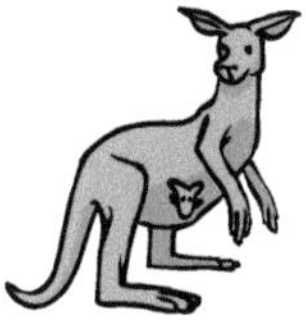

kangaroo
kanguru

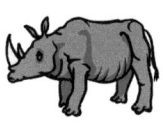

rhino
inkura

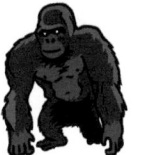

gorilla
ingagi

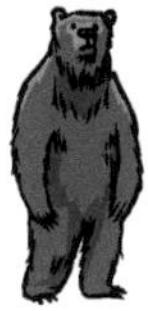

bear
idubu

camel

ingamiya

ostrich

imbuni

lion

intare

monkey

inguge

flamingo

uruyongoyongo

parrot

gasuku

polar bear

idubu yo mu bukonie

penguin

inyoni yo ku mazi

shark

igifi kinini

peacock

inyoni y'amasunzu

snake

inzoka

crocodile

ingona

zookeeper

umurinzi

seal

umuhuri

jaguar

ingwe

pony

icyana k'ifarasi

leopard

ingwe

hippo

imvubu

giraffe

umusumbarembo

eagle

inkona

boar

isatura

fish

ifi

turtle

akanyamasyo

walrus

igifi k'imikaka

fox

umuhari

gazelle

isha

American football
Futuboro y'abanyamerika

cycling
gusiganwa ku magare

tennis
tenisi

basketball
Basiketi

swimming
umukino wo koga

boxing
umukino w'amakofe

ice hockey
Hoke yo ku rubura

soccer

umupira w'amaguru

badminton

umukino wa badminton

athletics

abakina imikino
ngororamubiri

handball

handibolo

skiing

guserereka kuri neje

polo

polo

laugh
guseka

mp
simbuka

hug
guhobera

walk
kugenda

sing
kuririmba

dream
kurota

pray
gusenga

kiss
gusomana

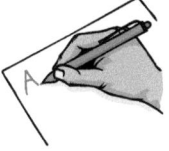

write
kwandika

draw
gushushanya

show
kwerekana

push
gusunika

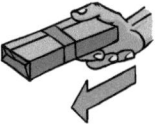

give
gutanga

take
gufata

have
....
kugira

do
....
gukora

be
....
kuba

stand
....
guhaguruka

run
....
kwiruka

pull
....
gukurura

throw
....
kujugunya

fall
....
kugwa

lie
....
kuryama

wait
....
gutegereza

carry
....
kwikorera

sit
....
kwicara

get dressed
....
kwambara

sleep
....
gusinzira

wake up
....
gukanguka

look at
kureba

cry
kurira

stroke
kwagaza

comb
gusokoza

talk
kuvuga

understand
gusobanukirwa

ask
kubaza

listen
kumva

drink
kunywa

eat
kurya

tidy up
gushyira ku murongo

love
gukunda

cook
guteka

drive
gutwara imodoka

fly
kuguruka

activities - ibikorwa

sail

kugashya

calculate

kubara

read

gusoma

learn

kwiga

work

gukora

marry

kurongora

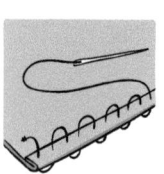

sew

kudoda

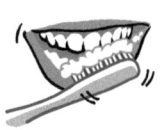

brush teeth

uburoso bw'amenyo

kill

kwica

smoke

kunywa itabi

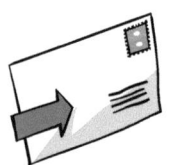

send

kohereza

family

umuryango

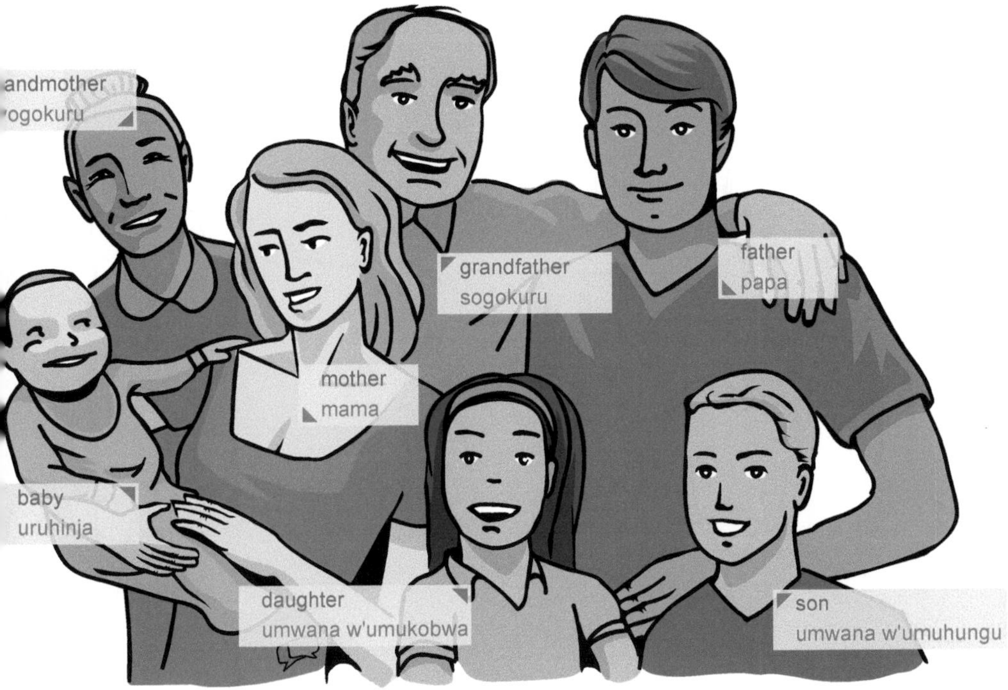

andmother
ogokuru
grandfather
sogokuru
father
papa
mother
mama
baby
uruhinja
daughter
umwana w'umukobwa
son
umwana w'umuhungu

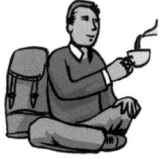

guest

umushyitsi

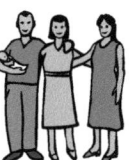

aunt

masenge

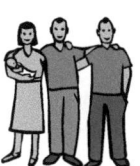

uncle

marume

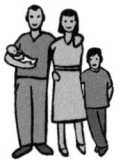

brother

musaza wange

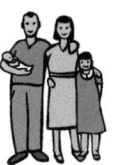

sister

mushiki wange

body

umubiri

forehead
agahanga k'imbere
eye
ijisho
shoulder
urutugu
finger
urutoki
face
isura
chin
akananwa
hand
ikiganza
breast
ibere
leg
ukuguru
arm
ukuboko

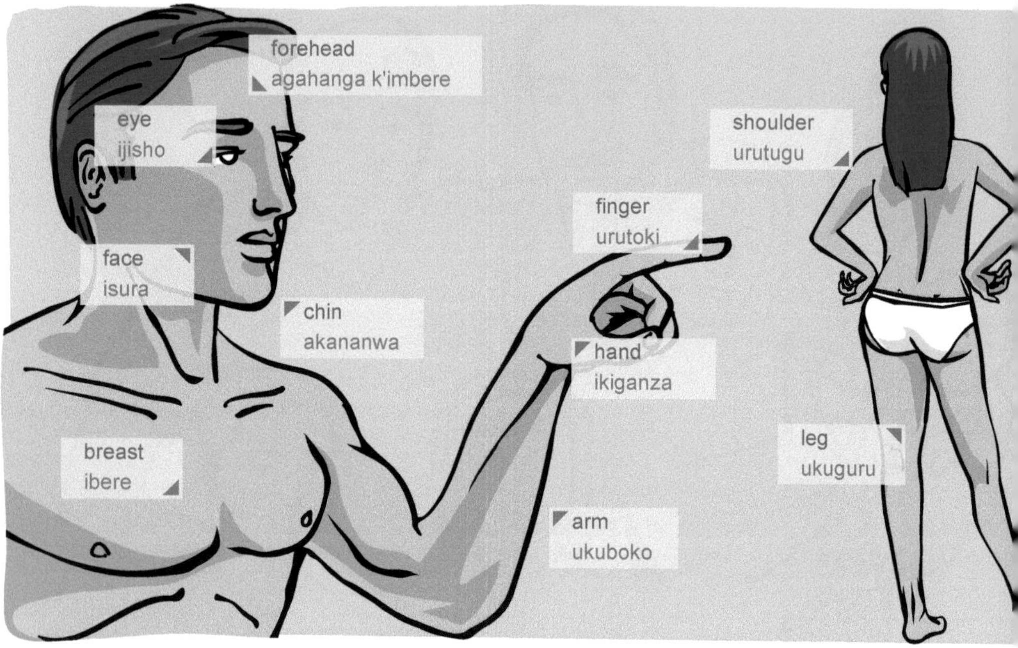

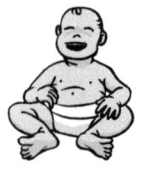

baby

uruhinja

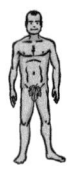

man

umugabo

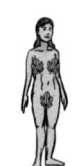

woman

umugore

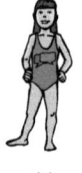

girl

umukobwa

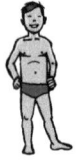

boy

umuhungu

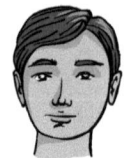

head

umutwe

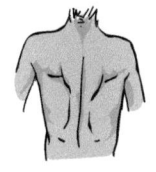

back

umugongo

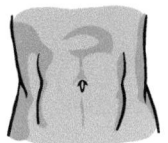

belly

inda

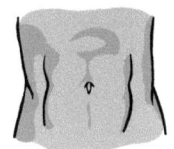

navel

umukondo

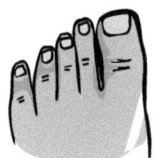

toe

ino

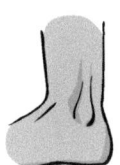

heel

agatsinsino

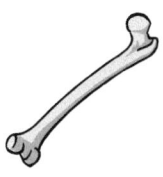

bone

igufa

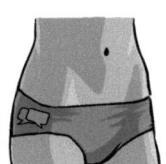

hip

amayunguyungu

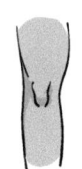

knee

ivi

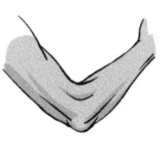

elbow

inkokora

nose

izuru

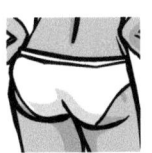

buttocks

ikibuno

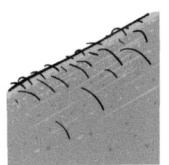

skin

uruhu

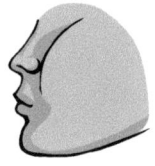

cheek

itama

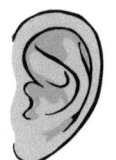

ear

ugutwi

lip

umunwa

body - umubiri

mouth

mu munwa

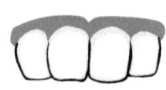

tooth

iryinyo

tongue

ururimi

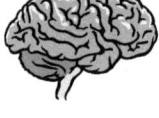

brain

ubwonko

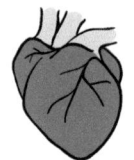

heart

umutima

muscle

umutsi

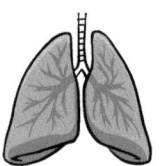

lung

ibihaha

liver

umwijima

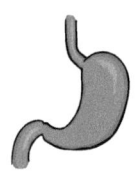

stomach

igifu

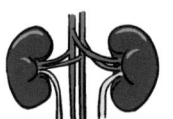

kidneys

impyiko

sex

igitsina

condom

agakingirizo

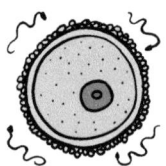

ovum

intanga

semen

amasohoro

pregnancy

gusama inda

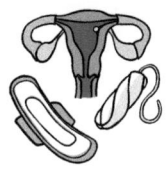

menstruation

imihango

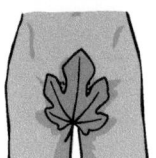

vagina

igituba

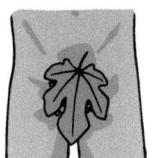

penis

imboro

eyebrow

ibitsike

hair

umusatsi

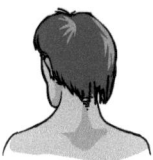

neck

ijosi

hospital
ibitaro

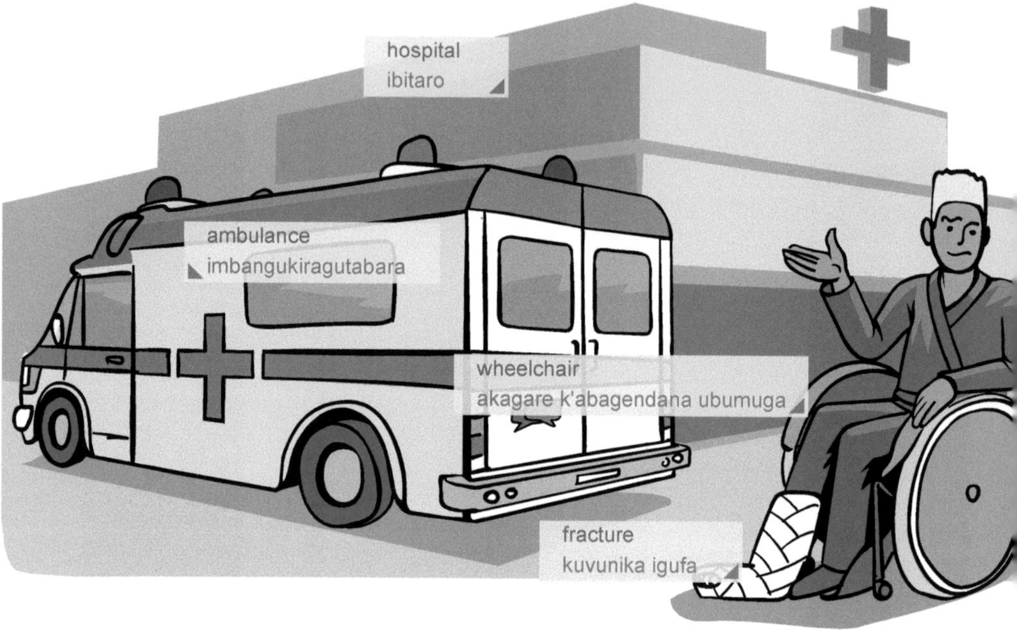

hospital
ibitaro
ambulance
imbangukiragutabara
wheelchair
akagare k'abagendana ubumuga
fracture
kuvunika igufa

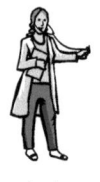

doctor

muganga

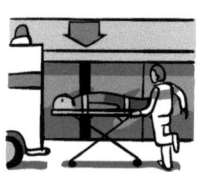

emergency room

icyumba k'indembe

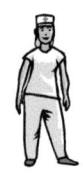

nurse

umuforomo kazi

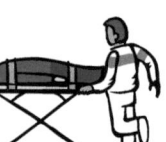

emergency

mu ndembe

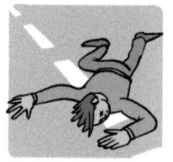

unconscious

guta ubwenge

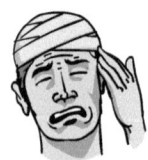

pain

ububabare

injury

igikomere

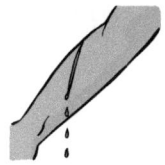

bleeding

kuva amaraso

heart attack

gufatwa n'umutima

stroke

uziba k'udutsi two mu bwonko

allergy

kwivumbura k'umubiri

cough

inkorora

fever

umuriro

flu

ibicurane

diarrhea

impiswi

headache

kurwara umutwe

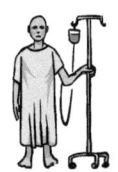

cancer

kanseri

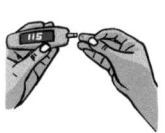

diabetes

diyabete

surgeon

muganga ubaga

scalpel

icyuma kibaga umurwayi

operation

kubagwa

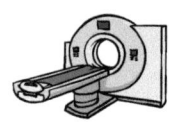

CT

ifoto yo mu cyuma

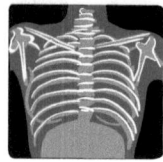

x-ray

radiyo

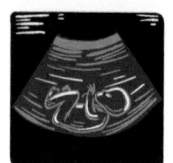

ultrasound

isuzuma rikoresha amajwi

face mask

agapfukamunwa

disease

indwara

waiting room

icyumba bategererezamo

crutch

imbago yo kwicumba

plaster

pasema

bandage

igipfuko

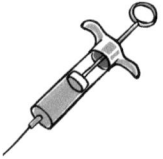

injection

urushinge

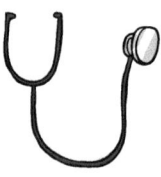

stethoscope

igipimo cy'umutima

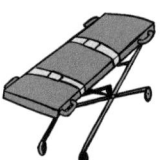

stretcher

burankari

clinical thermometer

igipimo cy'umuriro

birth

ivuka

overweight

umubyibuho ukabije

hearing aid

ıganirangingo y'amatwi

disinfectant

umuti wica mikorobe

infection

ubwandu

virus

virusi

HIV / AIDS

Virusi itera sida / Sida

medicine

ubuganga

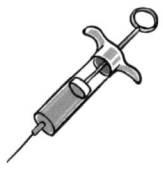

vaccination

gukingira

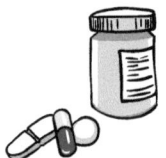

tablets

ibinini

pill

ikinini

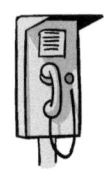

emergency call

hamagara byihutirwa

blood pressure monitor

igenzura ry'umuvuduko
w'amaraso

ill / healthy

urwaye / ufite amagara
meza

Help!

Ntabara!

alarm

inzogera itabaza

assault

gusagarira

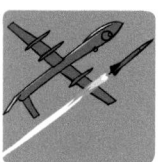

attack

igitero

danger

icyateza amakuba

emergency exit

umuryango unyuramo ukiza
amagara

Fire!

Inkongi!

fire extinguisher

ikizimyamuriro

accident

impanuka

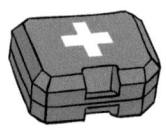

first-aid kit

ibikoresho by'ubutabazi
bw'ibanze

SOS

induru itabaza

police

polisi

Europe

Uburayi

North America

Amerika y'Amajyaruguru

South America

Amerika y'Amagepfo

Africa

Afurika

Asia

Aziya

Australia

Ositarariya

Atlantic

Atalantika

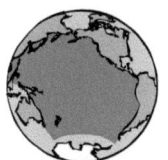

Pacific

Oasifika

Indian Ocean

Inyanja y'Abahinde

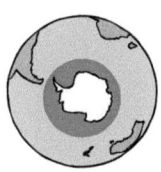

Antarctic Ocean

Inyanja y'Antagitika

Arctic Ocean

Inyanja y'Arigitika

North pole

Amajyaruguru y'Isi

South pole

Amagepfo y'Isi

Antarctica

Antaragitika

earth

Isi

land

ubutaka

sea

ikiyaga

island

ikirwa

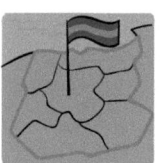

nation

igihugu

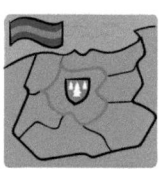

state

leta

clock face

kadere y'isaha

hour hand

urushinge rw'amasaha

minute hand

urushinge rw'iminota

second hand

shinge rw'amasegonda

What time is it?

ni isaha ki?

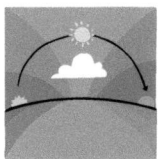

day

umunsi

time

igihe

now

nonaha

digital watch

isaha y'imibare

minute

iminota

hour

amasaha

clock - isaha

week

icyumweru

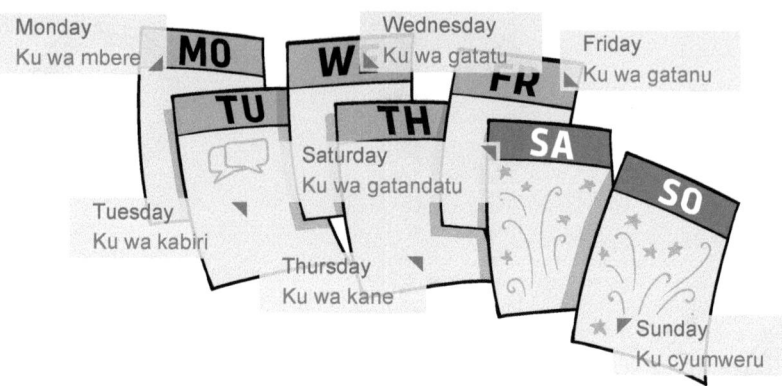

Monday
Ku wa mbere

Wednesday
Ku wa gatatu

Friday
Ku wa gatanu

Tuesday
Ku wa kabiri

Saturday
Ku wa gatandatu

Thursday
Ku wa kane

Sunday
Ku cyumweru

yesterday

ejo hashize

today

tomorrow

ejo hazaza

morning

igitondo

noon

saa sita

evening

ku mugoroba

workdays

iminsi y'akazi

weekend

wikendi

year
umwaka

rain
imvura
rainbow
umukororombya
wind
umuyaga
snow
neje
spring
urugaryi
summer
iki
fall
umuhindo
winter
igihe cy'ubukonje

4.APRIL 11°
5.APRIL 4°
6.APRIL 13°
7.APRIL 8°
8.APRIL 10°

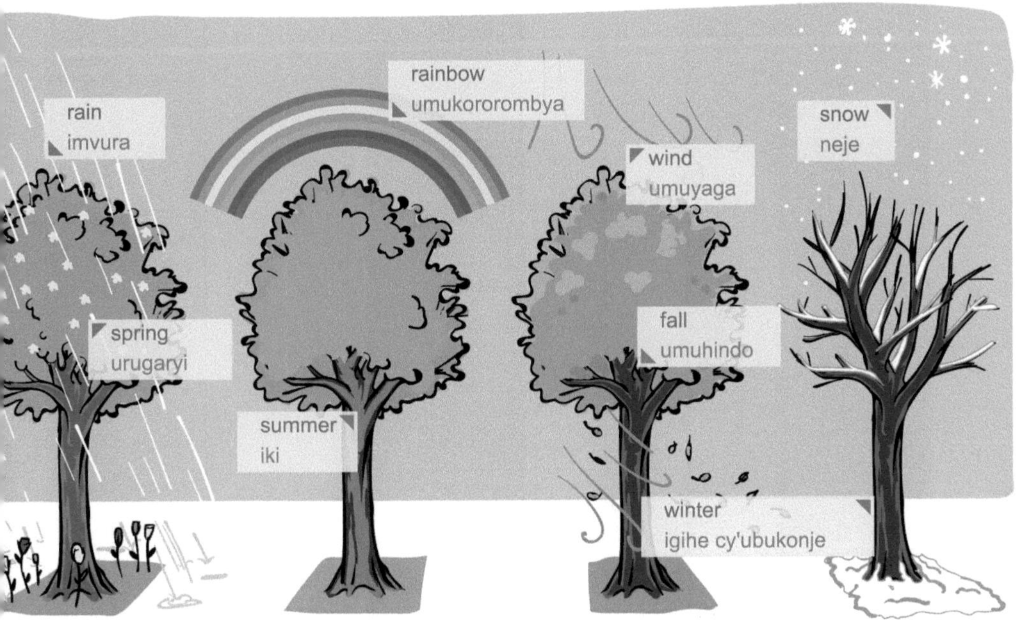

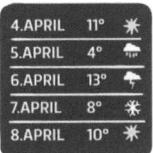

weather forecast
iteganyagihe

F C
120 40
90 30
60 20
30 10
0 0
-30 -10
-20

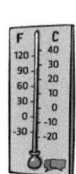

thermometer
igipimo cy'ubushyuhe

sunshine
izuba rirashe

cloud
ibicu

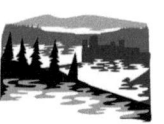

fog
ibihu

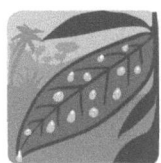

humidity
ububobere

lightning

umurabyo

thunder

inkuba

storm

umuhengeri

hail

urubura

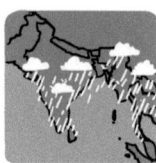

monsoon

imiyaga ihuha iturutse mu nyanja

flood

umwuzure

ice

barafu

January

Mutarama

February

Gshyantare

March

Werurwe

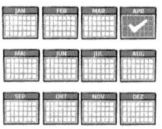

April

Mata

May

Gicurasi

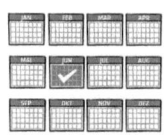

June

Kamena

July

Nyakanga

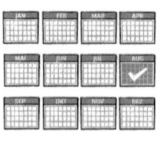

August

Kanama

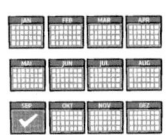

September
....
Nzeri

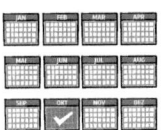

October
....
Ukwakira

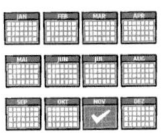

November
....
Ugushyingo

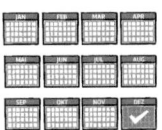

December
....
Ukuboza

shapes
amaforoma

circle
....
uruziga

square
....
mpandenye

rectangle
....
urukiramende

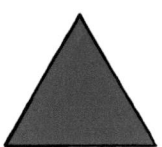

triangle
....
mpandeshatu

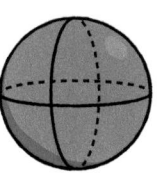

sphere
....
umubumbe

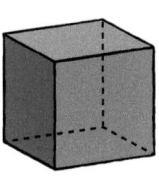

cube
....
kibe

amabara

white

umweru

yellow

umuhondo

orange

oranje

pink

iroza

red

umutuku

purple

isine

blue

ubururu

green

icyatsi kibisi

brown

igihogo

gray

ikigina

black

umukara

a lot / a little
byinshi / bike

angry / calm
urakaye / utuje

beautiful / ugly
mwiza / mubi

beginning / end
intangiriro / impera

big / small
kinini / gito

bright / dark
gikeye / kijimye

brother / sister
musaza / mushiki

clean / dirty
gisukuye / cyanduye

complete / incomplete
kirangiye / kitarangiye

day / night
umunsi / ijoro

dead / alive
wapfuye / muzima

wide / narrow
hagari / hafunganye

edible / inedible

kiribwa / kitaribwa

evil / kind

umugome / ugwa neza

excited / bored

ushishikaye / warambiwe

fat / thin

ubyibushye / unanutse

first / last

mbere / nyuma

friend / enemy

inshuti / umwanzi

full / empty

cyuzuye / kirimo ubusa

hard / soft

gikomeye / cyoroshye

heavy / light

kiremeye / kitaremereye

hunger / thirst

inzara / inyota

ill / healthy

urwaye / ufite amagara
meza

illegal / legal

kemewe n'amategeko /
kibujijwe n'amategeko

intelligent / stupid

umunyabwenge / igicucu

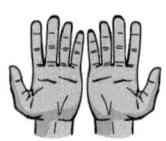

left / right

iburyo / ibumoso

near / far

hafi / kure

new / used

gishya / cyakoze

nothing / something

nta kintu gihari / hari ikintu gihari

old / young

ushaje / muto

on / off

atsa / zimya

open / closed

gifunguye / gifunze

quiet / loud

ucecetse / usakuza

rich / poor

ukize / ukennye

right / wrong

ni byo / si byo

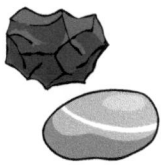

rough / smooth

hahanda / hahehereye

sad / happy

urakaye / wishimye

short / long

mugufi / muremure

slow / fast

urandaga / wihuta

wet / dry

utose / wumye

warm / cool

ashyushye / ahoze

war / peace

intambara / amahoro

0

zero
zeru

1

one
rimwe

2

two
kabiri

3

three
gatatu

4

four
kane

5

five
gatanu

6

six
gatandatu

7

seven
karindwi

8

eight
umunani

9

nine
icyenda

10

ten
icumi

11

eleven
cumi na rimwe

12

twelve

cumi na kabiri

13

thirteen

cumi na gatatu

14

fourteen

cumi na kane

15

fifteen

cumi na gatanu

16

sixteen

cumi na gatandatu

17

seventeen

cumi na karindwi

18

eighteen

cumi n'umunani

19

nineteen

cumi n'icyenda

20

twenty

makumyabiri

100

hundred

ijana

1.000

thousand

igihumbi

1.000.000

million

miliyoni

languages
indimi

English
....
Icyongereza

American English
....
Icyongereza
cy'Abanyamerika

Chinese Mandarin
....
Igishinwa k'ikimandarini

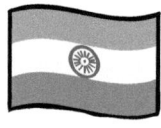

Hindi
....
Igihindi

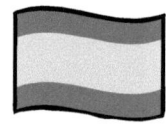

Spanish
....
Ikesipanyoro

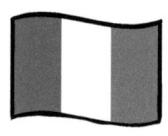

French
....
Igifaransa

Arabic
....
Icyarabu

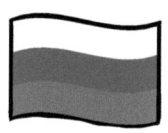

Russian
....
Ikirusiya

Portuguese
....
Igiporutigari

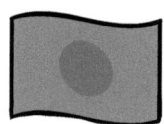

Bengali
....
Ikibengari

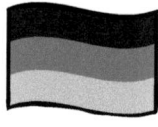

German
....
Ikidage

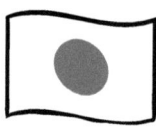

Japanese
....
Ikiyapani

I

ge

you

wowe

he / she / it

we / we / we

we

twe

you

mwe

they

bo

who?

nde?

what?

iki?

how?

gute?

where?

hehe?

when?

ryari?

name

izina

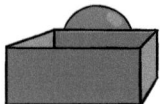

behind

inyuma

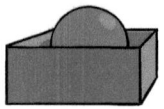

in

mo imbere

in front of

imbere ya

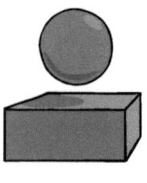

over

hejuru ya

on

kuri

under

munsi ya

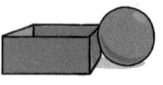

beside

iruhande

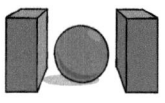

between

hagati

place

ahantu